DIRECTION DE L'ENSEIGNEMENT

LES PROGRAMMES

DES

ÉCOLES COMMUNALES ET CANTONALES

DE COCHINCHINE

Directions pédagogiques et Répartition mensuelle

SAIGON

IMPRIMERIE J. VIÊT

—

1917

DIRECTION DE L'ENSEIGNEMENT

LES PROGRAMMES

DES

ÉCOLES COMMUNALES ET CANTONALES

DE COCHINCHINE

Directions pédagogiques et Répartition mensuelle

SAIGON

IMPRIMERIE J. VIÊT

—

1917

HỌC CHÁNH ĐƯỜNG

CHƯƠNG TRÌNH

TRƯỜNG TỔNG VÀ TRƯỜNG LÀNG

TRONG NAM-KỲ

Lời khuyên bảo về thể thức dạy dỗ
Phần các món ra từ tháng

SAIGON

IMPRIMERIE J. VIỆT

1917

Aux instituteurs cantonaux et communaux

Les programmes d'enseignement de vos écoles ont été complètement refondus par les arrêtés des **28 mars** et **27 août 1908**.

C'est pour vous permettre de vous conformer aussi fidèlement que possible à ces nouveaux programmes, et pour faciliter votre tâche, que ces conseils ont été préparés. Ils ne sont certainement pas nouveaux. La plupart d'entre vous les ont entendus déjà de la bouche de leurs maîtres français ou ont pu les lire ailleurs (1). C'est une raison de plus pour que vous en compreniez l'importance et la valeur et que vous ne cessiez de vous en inspirer dans tout votre enseignement.

Pour que votre enseignement soit profitable aux élèves, il faut qu'il soit tout d'abord *clair*, *méthodique* et *pratique*.

Il y a bien longtemps, d'ailleurs, que ces conseils ont été donnés aux instituteurs. Le *Tam-tu-kinh* demande que « quiconque se livre à l'enseignement des enfants le fasse par des explications claires ». Ailleurs il recommande la « méthode », invitant les maîtres à avoir « un point de départ bien établi » et à « graduer » leur enseignement de façon à conduire progressivement les élèves du plus facile au plus difficile. Enfin, il invite les jeunes gens à « s'appliquer à l'étude », afin de « mettre leurs connaissances en pratique », « d'étendre leur influence jusqu'aux princes, d'en faire bénéficier le peuple, de répandre de la gloire sur leurs ancêtres et d'enrichir leur postérité ».

---

(1) Voir en particulier : SIMARD, *Le Livre des instituteurs annamites.* — GUIL-LEMET, *Conseils pratiques aux instituteurs* ; — et les articles de MM. DACHARY, DONNADIEU, GOURDON, Mus et RUSSIER, dans le *Bulletin de l'Instruction publique de l'Indochine.*

LỜI DẠY BẢO CÁC GIÁO TỔNG

VÀ

Giáo trường làng

Đã có lời nghị ngày 28 mars và **27** août 1908, canh cải chương trình lập ra lâu nay.

E nỗi nhiều đều uất trắc trong chương trình mới, mà mấy thầy không hiểu thấu, hóa ra bất tiện, vậy nay ta thừa dịp giản dụ ít lời, cho dễ phận sự các người, ngỏ hầu việc giáo hóa đặng mau tấn phát. Có nhiều thầy, lúc còn ở trường đã từng nghe khuyên bảo, hay là cũng có đọc mà thấy rồi (1), vậy thì các người phải rõ ràng: đó là những đều đại khái, cần kíp trong việc bổn phận làm thầy, phải do lấy mà làm qui củ, nề níp dạy trẻ con.

Phàm trong việc giáo huấn, phải giữ đặng ba đều nầy làm gốc: một là phải dạy cho *rõ ràng*; hai là phải có *thể thức, thứ lớp*; ba là phải *tùy tiện*.

Vả lại lời khuyên bảo ấy chẳng phải là mới đây. Sách *Tam-tự-kinh* nói rằng: Phàm dạy trẻ nhỏ thì nghĩa lý phải giản cho thông, cho rõ. Chương khác lại biểu rằng: Phải có thể thức, thứ lớp; khởi đầu do chỗ dễ, rồi lần mới dẫn đến nơi khó, ấy là thể thức, thứ lớp, *Tam-tự-kinh* cũng khuyên trẻ con chuyên cần việc học.

Có câu rằng:

Ấu nhi học, tráng nhi hành;
Thượng trí quân, hạ trạch dân;
Dương danh thinh, hiển phụ mau;
Quang ư tiền, thùy ư hậu.

---

(1) Phải coi cuốn sách của ông SIMARD, « *Le livre des instituteurs annamites* », của ông GUILLEMET, « *Conseils pratiques aux instituteurs* », và những bài của DACHARY, DONNADIEU, GOURDON, MUS và RESSIER viết trong *nhựt trình huấn học*.

Il vous sera d'autant plus facile d'acquérir et de conserver cet esprit clair, méthodique et pratique qui doit inspirer toute votre pédagogie, que vous aurez pris soin de suivre, dès le début de l'année, un *bon emploi du temps* et préparer consciencieusement au début de chaque mois votre *journal de classe.*

Continuez, jusqu'à nouvel ordre, à suivre l'emploi du temps qui vous a été envoyé, mais en ne faisant d'exercices en langue française que quand cela est expressément écrit sur l'emploi du temps. Ainsi, quand il y a seulement « lecture », vous devez faire de la lecture annamite et non de la lecture française.

Quant à la préparation de votre journal de classe, vous devrez la faire d'après les directions pédagogiques et la répartition mensuelle suivantes :

I. — DIRECTIONS PÉDAGOGIQUES

I. — MORALE ET POLITESSE. — L'enseignement de la morale et de la politesse a constitué pendant longtemps tout le programme des écoles communales et il était inséparable de l'étude des caractères chinois. Aujourd'hui, il ne représente plus qu'une partie de ce programme, où, d'autre part, l'étude des caractères est devenue facultative.

Dans les écoles où on enseigne encore les caractères, le professeur pourra continuer à être chargé des leçons de morale et de politesse, mais sous la direction et le contrôle de l'instituteur, qui veillera en particulier à ce que l'enseignement des préceptes moraux du *Tam-tu-kinh* se combine avec celui du programme actuel. Sans doute, il ne sera pas toujours facile de faire concorder absolument toutes les parties du programme officiel avec tel ou tel précepte du *Tam-tu-kinh*, car il est un certain nombre de points sur lesquels cet ouvrage est muet. Mais rien n'empêche le maître de choisir, chaque semaine, un ou plusieurs préceptes, se rapportant autant que possible aux leçons de la semaine ; il les commentera à ses élèves, les leur donnera au besoin comme modèles d'écriture, et les leur fera apprendre par cœur.

En tout cas, deux choses sont expressément recommandées au maître chargé de l'enseignement de la morale :

Il faut que cet enseignement aille au cœur de l'élève et pour cela qu'il parte du cœur du maître. Les leçons de morale ne doivent pas être des leçons comme les autres. Il ne suffit pas de

Muốn cho đặng ba đều ấy, thì chẳng lấy chi làm khó ; hễ đầu năm khai trường thì phải do nơi bản phân định ngày giờ mà dạy, còn mỗi đầu tháng thì dọn sẵn trước một bổn số biên kỹ cang các món phải dạy y theo chương trình.

Sau đầu có canh cải đều chi sẽ hay, bây giờ đây phải tuân theo bản phân định ngày giờ ta đã phát cho đó ; mà nhứt là phải coi cho rõ, hễ có biên dạy chữ *Langsa* thì mới dạy, bằng không thì thôi. Như thể có gạch trống « Lecture » (tập đọc) thì chỉ nghĩa là đọc tiếng Annam, không phải tiếng Langsa.

Còn về việc dọn bổn số nhựt ký, thì phải do theo lời khuyên bảo cùng bản phân định các món sau đây :

I. — LỜI KHUYÊN BẢO

1. — DẠY PHONG HÓA CÙNG LỄ NGHI. — Từ xưa, nơi trường làng vẫn chuyên dạy ròng phong hóa cùng lễ nghi phép tắc, dùng lấy nho tự mà làm căng bổn.

Nay chương trình tuy canh cải lại, chớ phong hóa cũng hãy noi làm gốc, duy có việc học nho tự thì cho tùy thích, không buộc.

Nay nơi trường nào còn dạy nho tự, thì thầy nhu giáo hãy cứ việc chuyên cần phong hóa cùng lễ nghi phép tắc như xưa, nhưng mà phải có mấy thầy chỉ dẫn. phỏng cho các lời khuyên bảo rút trong *Tam-tự-kinh* đặng in khuông theo chương trình mới. Đều ấy thiệt cũng lấy làm khó, là vì trong sách *Tam-tự-kinh* có chỗ sơ sót. Vậy thì mỗi tuần phải chọn lấy ít câu cho ăn với bài dạy, giãn nghĩa nói lý cho rành, viết lên trên bãn cho học trò tập, rồi bắt học thuộc lòng.

Phàm trong việc dạy phong hóa, thì phải do nơi hai đều đại khái sau đây :

Một là mọi lời của thầy phải tùng tâm nhi xuất, như vậy mới có ý vị ; học trò mới đem vào trí, ghi vào lòng mà nhớ lấy hoài hoài. Dạy phong hóa chẳng phải dạy như các món khác ; chẳng phải cho học những câu đạo đức của thánh hiền

meubler l'esprit de l'élève des meilleures maximes des sages, il
faut éveiller en lui des sentiments assez forts pour l'aider, plus
tard, dans la vie, à triompher des passions et des vices et à se
perfectionner sans cesse lui-même. C'est pourquoi, dans ses entre-
tiens sur la morale et la politesse, le maître devra mettre tout son
cœur. « Le plus simple récit où l'enfant pourra surprendre un
accent de gravité, un seul mot sincère, vaut mieux qu'une longue
suite de leçons machinales ».

D'autre part, et afin de rendre son enseignement plus vivant
encore, le maître devra non seulement montrer lui-même
l'exemple par sa conduite de tous les jours, mais il s'efforcera de
mettre la *morale en action* dans la classe même. Il lui suffira pour
cela de faire constamment appel au sentiment, au jugement moral
ou à l'esprit d'observation de ses élèves. Il faut les habituer à
tirer eux-mêmes la leçon morale qui se dégage des récits qui leur
auront été faits. Cette conclusion, formulée en un précepte facile
à retenir, sera écrite au tableau noir ainsi qu'un court résumé de
la leçon et appris par cœur par les élèves.

Vous verrez plus loin comment vous pouvez répartir les matières
de votre programme. Vous remarquerez que si ce programme
compte beaucoup de revisions, ces revisions ne doivent pas être
de simples répétitions. Elles seront pour vous un moyen de vous
assurer, par vos interrogations, que les élèves se souviennent de
ce qu'ils ont étudié l'année précédente, mais vous devrez chaque
fois leur enseigner quelque notion nouvelle, et dans ce but, préparer
avec soin votre journal de classe.

2. — LANGUE ANNAMITE. — Les nouveaux programmes ont fait une
très large place, à l'école communale et cantonale, à l'étude du
quoc-ngu. C'est la consécration d'un vœu souvent exprimé par
beaucoup d'annamites, qui préfèrent voir leurs enfants étudier le
quoc-ngu au lieu des caractères, non seulement parce que le quoc-
ngu est beaucoup plus facile à apprendre, mais aussi et surtout parce
que la connaissance du quoc-ngu facilitera singulièrement l'étude
des autres matières d'enseignement.

Les instituteurs semblent avoir quelque répugnance à enseigner
l'annamite à leurs élèves; ils préfèrent leur apprendre le français,
que la plupart du temps ils ne connaissent eux-mêmes que très mal.
Et il en résulte que les élèves apprennent un très mauvais français,

mà đủ; phải dục lòng trẻ nhỏ, tập luyện tánh tình, theo lành lánh dữ, phòng sau nó thành nhơn, biết dưỡng phải mà tìm, hay đều tà mà tránh. Vậy nên lúc đàm đạo về phong hóa cùng lễ nghi phép tắc, thì thầy phải dùng lời tự nhiên trú trong tâm phề ra mà huấn dụ trẻ thơ. Một bài vắn tắt, mả học trò chíp đặng lấy một lời thật tình, một câu ý vị, thì cũng hay hơn nhiều bài lặp đi lặp lại cho có chứng có dỗi mà thôi.

Hai là thầy phải làm gương cho học trò bắt chước, bất luận là trong lời nói, trong việc làm; như vậy trẻ nhỏ thấy trước mắt, thì lại càng dễ nhớ. Thầy cũng phải thừa dịp trong lớp, dùng *phong hóa đều hành* mà huấn dụ, nghĩa là do nơi bổn phận học trò, cách ăn thói ở nơi trường mà tĩ thí, tập lấy tánh tình trẻ nhỏ, dạy cho nó biết xét đoán, biết nghiệm suy đều phải sự quấy. Phàm đọc bài sách phong hóa, thì phải tập học trò cho biết xét nét lời hay, biết phản biện chủ ý về đâu, dạy về đều chi ở đời. Lời luận viết ra một câu cho dễ nhớ, tóm bài sách lại vắn tắt rồi sẽ cho học thuộc lòng.

Hãy coi mấy trương sau thì rõ cách thức phân định các món trong chương trình là thể nào.

Có nhiều khoản biên *học ôn*, ấy chẳng phải là bắt học trò lặp đi lặp lại những bài đã thấy rồi. Chủ ý là cho mấy thầy gạn hỏi coi trẻ con có năm lòng, có hiểu những đều đã dạy năm trước không. Mà mỗi lần tra hạch, thì phải nói thêm những chỗ sơ sót cùng chưa học tới. Như vậy thì phải dọn sổ nhựt ký cho tim tất, cho có thứ lớp.

2.— DẠY TIẾNG ANNAM. — Chương trình mỗi trường làng cùng trường tổng dành phần nhiều để dạy chữ quốc-ngữ. Ấy Nhà-nước phê y lời tình nguyện của người Annam, đã ghe phen xin cho con học chữ quốc-ngữ, vì đã dễ mà lại mau biết hơn chữ nho. Hiễu chữ quốc-ngữ thì tự nhiên học các món khác đặng. Không khó chi.

Nhưng vậy ta thường dòm thấy mấy thầy dạy chữ quốc-ngữ là cùng chẳng đã có buộc mới làm gọi là mà thôi. Chớ ý muốn dạy tiếng Langsa; mà bởi học ít chưa thông nên làm cho trẻ con nhiều lầm nhiều lỗi. Ấy cũng là đều tệ.

qui ne leur sert à rien, et dont même, plus tard, ils auront beaucoup de peine à se débarrasser quand ils voudront se perfectionner dans cette langue.

Il faut apprendre aux Annamites d'abord leur propre langue, parce que c'est celle qui leur est le plus utile et qu'ils ne savent pas toujours la parler correctement. Trop souvent les maîtres s'imaginent qu'ils n'ont pas besoin d'apprendre aux Annamites une langue qu'ils ont toujours l'occasion de parler en dehors de l'école. C'est là une très grave erreur. Est-ce que tous les Annamites parlent leur langue aussi bien les uns que les autres? N'y a-t-il pas chez vous des auteurs dont le style vous charme plus, ou des hommes dont la conservation vous est plus agréable? Ne mettez-vous point vous-mêmes votre amour-propre, quand vous voulez honorer quelqu'un, ou simplement quand vous voulez montrer ce dont vous êtes capable, à parler l'annamite avec élégance et distinction?

Et bien! il faut, dès l'école primaire, donner à vos élèves le goût et les moyens d'enrichir et de perfectionner sans cesse leur langage.

Or, pour atteindre ce but, il faut vous conformer aux programmes et consacrer de nombreuses heures à l'enseignement de l'annamite.

À l'école communale et à l'école cantonale, le programme de langue annamite comporte, outre la lecture et l'écriture du quoc-ngu, quelques exercices oraux (récitation) ou écrits (orthographe, composition, etc. . .)

Lecture. — L'enseignement de la lecture doit se faire, au début du noms, au moyen du tableau noir sur lequel le maître écrit les lettres en montrant aux élèves comment ils doivent les former. Les élèves se serviront utilement de l'ardoise pour reproduire les éléments de la lecture; ainsi ils pourront mener de front l'étude de l'écriture et de la lecture en apprenant en même temps l'orthographe des mots.

Aussitôt que les élèves seront suffisamment préparés, on leur mettra entre les mains un livre de lecture courante, et le maître procédera pour la lecture courante comme pour la lecture au tableau noir. Il lira d'abord le texte de la leçon lentement et avec soin; il expliquera ou fera expliquer tous les mots nouveaux et difficiles, après les avoir fait prononcer et répéter à plusieurs reprises par les élèves; puis la lecture proprement dite, facilitée par ces exercices préparatoires, commencera:d'abord collective, puis individuelle.

Đến sau nhập sơ học lại càng thêm khó dễ, sửa hoài mà không bỏ đặng.

Phải dạy con trẻ Annam nói, viết tiếng Annam cho rành rẽ, đừng trại bẹ, thì mới nhằm lý cho. Nói rằng tiếng Annam là tiếng mẹ đẻ, không cần chi phải học, ấy là lời sai lầm. Không học nói sao cho tao nhã, cho lịch lãm. Annam cũng có kẻ thi văn, lời nói hay, thâm trầm điện vị, khoa ngôn ai ai cũng muốn nghe. Ấy không học, làm sao cho đặng vậy? Còn khi mấy thầy muốn tặng ai, muốn giãn dụ điều chi giữa đò hội, muốn làm thi làm phú thì lẽ nào lại không lựa lời thanh tiếng lịch mà dùng hay sao?

Vậy thì tử tiểu học cũng sơ học, phải cần cho con trẻ biết tiếng Annam cho rõ ràng, nói năng cho suông sẻ.

Phải do theo chương trình, để cho nhiều giờ mà rèn tập, thì tức nhiên đặng việc.

Chương trình trường làng và trường tổng về phần dạy tiếng Annam, thì có phân ra dạy đọc, viết chử quốc-ngử, đọc thuộc lòng, viết mõ, làm bài, văn văn.

Dạy đọc. — Ban sơ dạy đọc thì phải dùng bản. Thầy viết ra mỗi chữ cho học trò biết nét phải làm thế nào. Học trò coi mà viết lại trong bản đá. Làm như vậy thì đặng một công hai việc, đã dạy đọc mà lại tập hoa tay nữa.

Học trò biết đọc cho thiệt chạy rồi, thì mới nên phát sách. Dạy đọc sách cũng phải làm như khi ban sơ mới tập văn, dỡ bài sách ra, thầy đọc trước cho chậm chậm, cho dĩnh đạt rõ ràng, tiếng nào lạ, khó, thầy phải bắt lập đi lập lại nhiều lần, giãn nghĩa lý cho rành; có vậy thì học trò mới đọc suông lại tự thủ chi vĩ, khỏi lầm, khỏi vấp. Ban đầu cả lớp phải đọc chung một lược, rồi mới gạn lại mỗi trò. Mấy thầy cũng từng hiểu vi ý

On vous a appris déjà pourquoi la lecture devait être collective, puis individuelle. Mais vous oubliez trop souvent que cette lecture ne peut être profitable que si vous apportez une grande attention à la prononciation. Or peu d'entre vous s'y appliquent. La longueur du texte lu importe moins que la perfection avec laquelle on parvient à le lire : le texte des leçons de lecture sera donc toujours très court.

Est-il besoin d'ajouter que la leçon de lecture fournira souvent au maître l'occasion de donner des notions intéressantes et utiles sur les objets usuels et aussi quelques conseils moraux ?

Écriture. — L'enseignement de l'écriture doit se poursuivre en même temps que celui de la lecture. Le maître devra s'attacher à obtenir de ses élèves une écriture d'une grosseur moyenne, régulière, sobre, nette. correcte et rapide.

Nous vous rappelons qu'une bonne leçon d'écriture porte sur les points suivants:

Lecture des lettres, des mots ou des phrases à écrire (1).

Exposé des principes graphiques, c'est-à-dire de la façon dont les lettres doivent être formées; ne pas oublier à ce propos que si le modèle d'écriture doit contenir, autant que possible, un enseignement utile, il doit avant tout permettre aux élèves de s'initier progressivement aux dificultés graphiques.

Conseils relatifs à la tenue du cahier, de la plume et surtout du corps.

Nous ne saurions trop insister sur ce dernier point, que les maîtres perdent volontiers de vue. On dit souvent que si l'élève se tient mal pendant les leçons d'écriture, c'est parce qu'on lui apprend l'écriture dite *penchée*, et beaucoup de pédagogues ont cru qu'il suffirait d'enseigner l'écriture *droite* pour remédier à cet inconvénient. C'est là une grosse erreur; la tenue du corps peut être bonne ou mauvaise aussi bien dans l'écriture droite que dans l'écriture penchée, et même pourrait-on dire que dans tous les autres exercices que l'on fait à l'école, l'enfant a une tendance naturelle à se tenir mal. Le maître devra donc veiller avec le plus grand soin à la position du corps, qui doit être symétrique, et cela non seulement pendant les leçons d'écriture, mais pendant tout le temps que l'élève est à l'école.

---

(1) Le maître écrira le modèle au tableau avant la classe pour éviter à la fois une perte de temps et une occasion de dissipation pour les élèves.

nào phải làm như thế. Đọc thơ cầu lý; đọc bay hơn là hay đọc, đọc cho chinh-dính. giọng cao thấp có chừng, tiếng trắc bình cho có nhịp, vậy mới gọi là đọc hay. Bài đọc phải lựa cho vắn tắt thì càng hữu ích hơn.

Dùng dịp đọc sách mà giảng dạy những đều cần kíp hoặc về vật kiện, hoặc về phong hóa.

Tập viết. — Viết thì phải dạy luôn với đọc sách. Thầy phải tập cho học trò viết chữ cho vừa coi, đừng nhỏ đừng lớn, cho đều với nhau, đừng có huê dạng, viết cho rõ ràng, cho nhằm chữ và cho lẹ tay

Trong phép dạy viết phải do nơi ba đều nầy:

Bắt học trò đọc mỗi chữ, mỗi tiếng và mỗi câu thầy viết trên bàn mà làm kiểu.

Thầy phải viết kiểu trước buổi học, phòng khỏi mất ngày giờ và học trò lại khỏi dùng dịp mà dởn hớt.

Chỉ mỗi nét phải viết thế nào; kiểu vở thì lựa những lời hữu ích, hoặc trí tri sự vật, hoặc phong hóa lễ nghi. Ban đầu thì tập nét dễ, lần lần mới mò tới chỗ khó.

Dạy cho biết giữ gìn tập giấy, cầm cây viết, ngồi thế nào.

Có kẻ nói rằng; học trò quen thói ngồi không đĩnh đạt là tại thầy thường dạy viết *chữ xiêng*; có người lại nói: phải tập viết ròng *chữ đứng* thì mới sửa đặng. Hai điều ấy thiệt không trúng lý. Chẳng phải coi tuồng chữ mà định cách ngồi đặng, chẳng phải viết chữ đứng mới ngồi chinh-đính. Thế thường con nít hay ngồi giẹo ne, nghiêng ngửa, chẳng những là trong lúc tập viết mà thôi, lúc làm bài khác thì cũng vậy. Nên trong lớp, bất câu là học hay là viết, thì phải coi cho nó ngồi thẳng thớm, ngay ngắn hoài hoài.

En même temps qu'il circulera dans les tables pour s'assurer de la bonne attitude des élèves, il corrigera leurs fautes et si une faute lui paraît générale, il la corrigera, séance tenante, au tableau noir.

Exercices oraux. — Les exercices oraux sont : soit des exercices de récitation, soit des exercices de langage et de conversation· Ceux-ci ont leur place tout indiquée aux leçons de choses ou aux leçons de morale. Quant aux exercices de récitation, ils peuvent se rattacher également aux mêmes leçons, — soit que le maître fasse répéter aux élèves un petit récit moral, une anedocte, une fable, soit qu'il leur donne à apprendre le résumé d'une leçon de choses·

Toutefois, étant donné la tendance si marquée des Annamites à apprendre par cœur et à réciter de mémoire, il faudra ne pas multiplier outre mesure les exercices de récitation : il faudra surtout choisir les morceaux avec soin, les graduer méthodiquement, s'assurer que les élèves les comprennent bien et les récitent avec les intonations convenables.

Exercices écrits. — Les exercices écrits sont : soit des dictées accompagnées d'exercices, soit des rédactions. Ces exercices devront être intimement rattachés aux autres parties de l'enseignement, surtout à la lecture, et s'échelonner progressivement de la division élémentaire à la division supérieure. Nous croyons utile de vous rappeler à ce sujet qu'il ne faut jamais dicter un texte sans l'expliquer. Au début, vous devrez copier au tableau noir les mots ou les phrases qui constituent la dictée, en expliquant les mots difficiles au point de vue du sens et de l'orthographe. Puis vous effacerez et la dictée commencera. Les enfants cherchent à se rappeler la forme exacte des mots qu'ils viennent de voir et cet effort les grave plus profondément dans leur esprit. A mesure que vos élèves progresseront, vous n'écrirez plus au tableau noir que les mots difficiles ; au besoin même vous pourrez vous contenter de lire le texte et de l'expliquer avant de le dicter.

En somme, l'enseignement de l'orthographe peut se ramener à quelques préceptes : enseigner l'orthographe surtout par la lecture, ne jamais dicter un texte qui ne soit parfaitement compris ; ne faire écrire les mots qu'après qu'ils sont connus des enfants.

3. — Leçons de choses et exercices de langage. - Cette partie du programme est à la fois une des plus délicates et des plus importantes·

Thầy phải đi rảo mỗi bàn, sửa cách ngồi, điệu viết; như có nhiều trò lầm lỗi inh nhau, trước thì phải lên bản mà chỉ bảo lại.

Tập đối đáp.— Những bài ấy là bài học thuộc lòng, bài tập ngôn từ, ứng đối, thì dùng những bài trí tri sự vật cùng là phong hóa lễ nghi mà dạy. Học thuộc lòng thì cho những bài gia ngôn thiện hạnh, những bài vui hữu ích, phú thi, văn vàn, cùng là bài trí tri sự vật văn tắt. Con trẻ thường có thói quen hay học thuộc lòng, đọc lia mà có khi không hiểu; vậy chẳng nên cho quá độ. Ban đầu lựa những bài văn dễ, sau đến bài khó, mà nhứt là phải cần cho học trò thông nghĩa lý, đọc cho dĩnh đạt, giọng thấp cao cho nhằm điệu.

Bài viết.— Bài viết là những bài tập viết mò có đối đáp, bài luận. Những bài ấy cũng phải rút nơi món khác trong chương trình mà dạy, nhứt là phải do nơi bài tập đọc, ban đầu ở lớp dưới thì dễ lần lên lớp trên lại khó hơn. Nói bài viết mò thì trước hết phải giản nghĩa lý cho rành, rồi sẽ nói. Mới tập thì phải dùng tiếng một và câu rời. viết trên bản, tiếng nào khó thì giản nghĩa, chỉ điệu viết, rồi bôi đi mà nói lại. Học trò đã thấy hình dạng mỗi tiếng, mỗi chữ, thì tự nhiên nhớ mà viết lại thậm dễ. Học trò đặng khá giỏi, thì viết trước trên bản những tiếng nào khó mà thôi, cùng là đọc qua một bản, cắt nghĩa, rồi nói cũng đặng.

Nói tắt một đều, dạy viết thì trước phải do nơi phép đọc, phải giản nghĩa cho học trò hiểu rồi sẽ nói cho nó viết, viết thì lựa những tiếng nào nó đã biết rồi và đã học rồi.

3. — DẠY TRÍ TRI SỰ VẬT VÀ NGÔN TỪ ĐỐI ĐÁP. — Chương trình về phần nầy thiệt là đại khái cùng ý chỉ lim tắt rất nhiều.

Elle doit permettre à l'enfant d'acquérir, avec un vocabulaire courant suffisamment étendu, des notions pratiques et précises sur le milieu où il vit; en d'autres termes, elle doit servir à lui apprendre à parler et à meubler son esprit de connaissances usuelles.

Vous devrez donc apporter le plus grand soin à ces leçons et vous inspirer en particulier des principes suivants:

Les leçons de choses doivent porter, comme leur nom l'indique, sur des choses, c'est-à-dire sur des objets que les élèves peuvent voir, sentir ou toucher. Il est donc essentiel que vous ayez dans votre musée scolaire (soit en nature, soit en image), tous les objest sur lesquels doivent porter les leçons: échantillons de roches, plantes, ustensiles de ménage, instruments divers, etc... Au lieu de laisser ces objets pêle-mêle, ou suspendus sans aucun ordre dans le coin de la classe, comme cela n'arrive que trop souvent, vous les grouperez suivant leur origine ou leur usage, sur des tableaux distincts, dont chacun aura pour titre le sujet d'une ou plusieurs leçons (l'habitation, l'alimentation, etc). Il sera bon d'établir, pour chaque objet, des étiquettes portant des indications utiles: par exemple, son nom, sa provenance, ses propriétés essentielles ou ses principaux usages, ses dimensions naturelles, son prix, au besoin même le nom du donateur.

En second lieu, vos leçons de choses ne doivent pas se réduire à quelques interrogations et réponses toujours les mêmes, que vous dictez et que les élèves copient et apprennent par cœur. Vous devez, dans ces leçons, procéder par *interrogations en langue annamite*, non seulement pour rendre votre classe plus vivante et empêcher ainsi vos élèves de s'ennuyer ou de se dissiper, mais surtout pour les exercer à la parole et les habituer à observer, comparer et retenir. Vous corrigerez les réponses défectueuses, et à la fin de la leçon, vous dicterez, en annamite, un résumé aussi simple, aussi clair, aussi complet que possible, et que les élèves apprendront par cœur.

Enfin, ici plus encore peut-être que partout ailleurs, vous devrez faire vos leçons suivant un plan méthodique et mûrement réfléchi. Non seulement les questions que vous poserez aux élèves se succéderont par ordre de difficulté croissante, allant de ce qui leur est familier à ce qui leur est moins connu, du simple au complexe, mais la suite des leçons elle-même ne sera pas laissée au hasard, comme vous le faites trop souvent.

Dạy làm sao cho học trò biết đặng đủ tiếng thường dùng, hiểu cho rỏ ràng mọi đều mọi vật chúng nó năng thấy năng nghe, nghĩa là tập ứng đối cho suốt thông, dọn trí trung cho sáng láng.

Vậy mấy thầy hãy hết lòng kỷ lưỡng ân cần phận sự cùng y theo các lời chỉ dẫn sau đây mà dạy:

Phàm dạy trí tri sự vật, thì phải do những vật con trẻ thường thấy, thường đá động tới. Trong tủ đã sẵn dành đủ đồ cụ vật, hoặc vật tự nhiên, hoặc vẻ ra : như loài kim, mộc, đồ khí dụng trong nhà, đồ cụ túc bá công bá nghệ, vân vân. Sắp đặt cho có thứ tự, lớp lang, loài nào theo loài nấy, dụng làm vật chỉ, cũng phải cai cho rành rẽ, biên đề cho có ngăn, hoặc nhà cửa cùng đồ phụ tùng, đồ vật thực, vân vân. Đầu đó cho phân biệt, hễ có dạy bài nào thì đem ra, vậy mới tiện việc. Mỗi vật đều có nhãn, biên tên, biên cội rễ, bổn tánh, chỗ dùng, biên trường hoành, giá bao nhiêu ; nhằm vật của người ta cho thì phải viết tên người cho vô.

Dạy trí tri sự vật, thì chớ nên làm lều láo cho có chừng, nói bài bảo học trò chép lại mà học thuộc lòng, câu hỏi câu thưa đều in khuôn in rập. Đại ý những bài nầy cho biết xét suy độ lượng, thì mới nhớ đặng rỏ ràng. Thế thường con nít thể văn tiếng thầy, ngồi không thì buồn, bày ra giỡn hớt. Vậy phải cần cho cả lớp chăm chỉ mà nghe cùng trả lời cho bặt thiệp. Đàm giản thì phải dùng ròng tiếng Annam. Lời đối đáp của học trò có sái điệu ngôn từ, tức thì phải sửa lại. Sau rốt hết, nghĩa lý đã dành rành, học trò đã hiểu rồi, thì thầy nói cái bài lại văn tắt. mà cho đủ, cho rỏ ràng, rồi mới bắt học thuộc lòng.

Những câu hỏi về trí tri sự vật cũng vậy, cũng luận suy trước cho tột. sắp đặt cho có lớp lang, ban đầu thì do nơi dễ, lần lần tìm tới chỗ khó; ban đầu nói về vật con trẻ thường thấy. thường biết, sau tới những vật chúng nó ít từng. Bài ra cũng phải lựa theo như thế, chớ có cho học lộn xộn.

Vous trouverez dans le livre de M. GUILLEMET (Conseils pratiques aux instituteurs), un bon modèle de leçon de choses.

4. — ARITHMÉTIQUE ET SYSTÈME MÉTRIQUE. — Dans vos leçons d'arithmétique et de système métrique, vous ne devrez pas perdre de vue que ces leçons ont un double but :

D'abord donner aux enfants la pratique du calcul, leur faire acquérir l'usage commode et rapide des principales opérations (calcul mental), leur enseigner l'emploi des poids et mesures les plus usuels.

Servir ensuite à développer chez eux l'attention, le jugement, le sens de l'exactitude et de la précision.

Pour atteindre le premier but, vous multiplierez en classe les exercices pratiques : problèmes simples, calcul mental. Pour atteindre le second, vous veillerez à ce que les élèves raisonnent et comprennent, à ce qu'ils ne résolvent pas les problèmes, par exemple, en faisant appel uniquement à la mémoire qu'ils ont des solutions déjà étudiées.

On vous a déjà appris l'usage des bûchettes ou bâtonnets de bambou pour les opérations élémentaires, et pour donner aux élèves la notion de nombre, d'unité, de dizaine, et... ; ne craignez pas de vous en servir, ainsi que du boulier-compteur ou de l'abaque (bàn-tinh).

Nous vous rappelons, d'autre part, que les opérations doivent porter sur des nombres peu élevés, l'enfant ne se représentant pas d'une façon suffisante, au début, les quantités représentées par des nombres de plus de trois ou quatre chiffres. Il est absolument inutile que vos élèves fassent des opérations portant sur des nombres plus élevés.

Vous devrez faire une très grande place, dans chaque leçon, au calcul mental, aux procédés de calcul rapide.

Chaque leçon de calcul, ou d'arithmétique doit être suivie de problèmes qui permettent à l'élève d'appliquer les notions acquises pendant la leçon et le choix des problèmes doit être gradé par les considérations suivantes :

Les données doivent être exactes ; si l'on indique les dimensions d'un objet usuel, le prix d'une denrée courante, que les chiffres correspondent aussi exactement que possible à la réalité ; non

Trong sách của ông GUILLEMET có lời khuyên bảo hay, hãy xem lấy mà làm nề nếp dạy trí tri sự vật.

4. — DẠY PHÉP TOÁN VÀ PHÉP ĐO LƯỜNG. — Trong phép dạy toán cùng đo lường thì có hai ý : một là tập con trẻ dùng cách phương tiện mà tính, dạy cho nó biết thế làm bốn phép, cọng, trừ, nhơn chia, cho lẹ làn (tính miệng, tính rợ) dạy phép cân, lường, đo, hay thường dùng.

Hay là tập nó có ý chí, nghĩ suy, chin chắn, chớ có nói bá trúng bá phát.

Muốn cho đặng việc trong điều thứ nhứt, thì phải năng đố học trò những bài dễ, toán thường, toán tính miệng, tính rơ được. Còn muốn đặng điều thứ nhì, thì phải cần cho con trẻ xét đoán, phân biện mà hiểu cho rõ ràng, chớ có nhớ dầu nói đó.

Mấy thầy đã từng cách dùng thẻ tre dễ mà tập những bài dễ, dạy viết số, viết quan, chục, trăm, văn văn. Cũng nên dùng nó với cái bài toán, chớ có chê rằng đồ thấp thỏi.

Con nít vẫn trí độ không bao lăm, nên có tập thì đừng cho số cao. Lúc ban đầu dùng tới số 1000 thì cũng dữ, không cần chi cho nhiều nữa.

Phải năng dùng cách tính miệng, tính rợ cho quen, cho bặt thiệp.

Học đầu thì cho toán đó, đặng thử coi con trẻ có hiểu lời mình giảng dạy chăng, mà hễ ra toán thì phải do theo những lời sau đây :

Số cho trong bài toán phải đúng theo thể thường, đừng gia đừng giảm. Như trường hoành vật thường dùng, giá món hàng hóa, thầy đều cho đúng, cho vừa. Vậy thì học trò đã khỏi sai

seulement on évite ainsi de donner des idées fausses aux élèves; mais on leur fait acquérir des notions précises et utiles(distances entre deux villes, longueur des rivières, vitesse des trains, tonnage des navires, superficie d'une province,rendement des cultures, cours des denrées, exportations et importations, population d'une ville. d'une région, salaires des ouvriers, etc...).

En second lieu, les données doivent porter sur des objets connus des élèves ou qu'ils peuvent aisément se figurer. Évitez les problèmes qui roulent sur des notions étrangères au pays et dont vous copiez trop volontiers les énoncés dans des ouvrages faits pour de jeunes Français. Efforcez-vous au contraire de donner des exercices qui peuvent trouver leur application dans l'agriculture, le commerce) la vie domestique de la région.

L'enseignement du système métrique doit être avant tout pratique. Vous y parviendrez:

En enseignant à l'aide de mesures réelles: faites construire par les élèves les mesures usuelles (un mètre en bambou, un décamètre en corde, un décimètre cube ou un litre en carton, etc...); tracez sur un mur de la classe un carré de dimensions exactes; diviser le mur en mètres, dans sa hauteur et sa largeur. etc..;

En vous bornant aux mesures d'un usage courant en Indochine ; inutile de décrire les différentes mesures de capacité, pour le lait, l'huile. e'c.... et d'insister sur le stère, ses multiples et sous-multiples; laissez de côté également les monnaies françaises qui n'ont pas cours en Indochine, en considérant seulement le franc et le centime comme des monnaies de compte ;

En évitant les détails oiseux : dimensions du litre, diamètre de la piastre, poids du cent. etc... ;

En faisant apprendre aux élèves la correspondance qui existe entre les mesures et le poids usités dans la région et ceux du système métrique français. Les problèmes sur le système métrique, comme ceux d'arithmétique d'ailleurs. devront être précédés. au début, d'opérations réelles : mesurer les dimensions d'une salle, la surface de la cour de l'école; calculer des volumes usuels: contenance d'une touque à pétrole, cube d'air de la classe, des objets communs, etc...

5. — DESSIN, GÉOMÉTRIE ET TRAVAUX MANUELS. — À l'école communale et cantonale, l'enseignement du dessin a pour but d'exercer

tầm, mà lại nhớ những đều hữu ích, như đường đi chỗ nầy tới chỗ kia là bao xa, sông giải mấy ngàn thước, xe lửa chạy một giờ là mấy chục cây số, ghe bao lớn trọng tải đặng bao nhiêu, đạt thành một tỉnh, trồng mấy công huê lợi đặng bao nhiêu; giá hàng hóa, số xuất cảng, nhập cảng, nhơn số một thành, một chỗ kia, tiền công thợ, vân vân.

Cho toán phải lựa những vật học trò đã biết, đã thấy. Đừng có cho những bài trong sách làm cho con trẻ Langsa học, vì trong ấy có nhiều đều lạ, con trẻ Annam chưa từng biết. Thường cho tập những bài hữu ích nói về việc canh nông, thương cổ trong xứ, về việc gia tư.

Dạy phép đo lường thì tùy tiện.

Dùng những vật đo lường hiện tại: dạy làm những đồ đo lường thường dùng (làm thước bằng tre chia có phân tấc, tầm mười thước bằng dây, một phần chuồng, một litre làm bằng giấy bồi dầy, vân vân). Gạch trên vách lớp học một thước vuông chia đúng phân tấc; chia bề ngan bề cao tấm vách ra làm thước, vân vân.

Dạy những đồ cân lường thường dùng trong Đông-dương; không cần chi phải nói hết các đồ dong lường, như dong sữa, dong dầu; nói sơ qua phép đo củi; cũng chẳng nên nói về những tiền bạc Langsa không dùng trong Đông-dương, miễn học trò biết một quan, một centime Langsa là bao nhiêu theo giá bạc thì cũng đủ vậy.

Chớ dạy những đều dòng dải vô ích, như ni tất một litre, bề hoành đồng bạc là bao nhiêu, một đồng su cân nặng là mấy, vân vân.

Giống những cân lường, tầm thước Annam còn dùng trong xứ với cân lường thước Langsa. Cho toán về đo lường, thì trước hết phải chỉ dẫn cho học trò rõ thấy; đo lớp học, đo sân nhà trường, đo thước chuồng những vật thường dùng, đo cho biết thùng dầu hồi dựng nặng là bao nhiêu, độ khí trời trong lớp học, cân những vật thường dùng.

5. — DẠY VẼ, ĐO CÙNG CÔNG NGHỆ. — Dạy vẽ là có ý tập con nít nhắm coi cho đính đạt, tập hoa tay cho nhuần, cho dạn; cho vẽ những

l'œil et la main de l'enfant en lui apprenant à distinguer et à tracer les figures géométriques les plus élémentaires. Il se complète par des exercices de travaux manuels et des notions de géométrie.

Vous devrez tracer d'abord vous-mêmes la figure au tableau noir, la nommer, en expliquer les caractères, en montrer des exemples que les élèves puissent voir et la faire reproduire ensuite sur l'ardoise ou, plus tard, *avec un crayon,* sur du papier quadrillé.

Il faut proscrire, du moins au début, le dessin à la plume que les élèves font du premier coup et qu'ils ne peuvent plus corriger ensuite.

A la division supérieure, vous pourrez commencer à exercer les élèves à la reproduction des objets simples, de forme géométrique régulière et à des dessins, d'après nature sur papier libre. En tout cas, habituez-les ne bonne heure à indiquer les dimensions (en réduction, bien entendu), des objets qu'ils dessinent soit d'après nature, soit d'après un modèle fait par vous au tableau noir (idée de l'*échelle*).

6. — GÉOGRAPHIE. — L'enseignement de la géographie doit être, comme celui des leçons de choses, un enseignement aussi concret que possible.

Il comprend à la fois les éléments de la nomenclature géographique, des notions d'orientation et de cartographie et la description de la Cochinchine, de l'Indochine, de la France.

Pour que la nomenclature ne soit pas une sèche énumération de mots, vous devrez n'apprendre aux élèves que les noms des accidents géographiques immédiatement observables dans la région où se trouve l'école, ou de ceux dont vous pourrez leur montrer une image (photographie, carte postale illustrée, cartes, tableaux mureaux, etc...), ou une réduction en nature. Ainsi, une promenade dans la cour de l'école, après la pluie, permettra de leur apprendre un certain nombre de termes géographiques importants (rivière, affluent, confluent, lac, presqu'île, détroit, isthme, colline, etc...).

D'autre part, pour que vos élèves apprennent à s'orienter et s'initient à la cartographie, c'est-à-dire à la reproduction, sur le papier, de la terre et de ses principaux aspects, vous leur ferez remarquer, par exemple, que le soleil éclaire l'école d'une manière différente le matin et le soir ; vous leur ferez faire le plan de la classe, de l'école, du village et du canton.

hình khuê giác tầm thường, tập làm những đồ y theo hình ấy hoặc những đồ vật thường dùng và giản sơ lược về phép đo.

Trước hết thầy vẽ cái hình trên bản, nói tên, thế vẽ làm sao, chỉ những vật chi in dáng với nó, rồi bắt vẽ lại trên bản đá cho nhuần tay đã, sau mới dùng tới viết chì, dùng giấy có gạch khoảnh vuông. Ban sơ phải cấm chớ cho dùng ngòi viết mà vẽ, vì rủi có bôi thì sửa lại không đặng.

Lớp trên hết thì được khởi dạy vẽ những đồ dễ, giống theo hình trong phép đo, và những đồ theo kiểu. Phải dùng giấy trắng không có gạch khoảnh vuông. Sớm phải tập học trò hiểu ni tấc (vẽ nhỏ lại) hoặc coi theo vật tự nhiên, hay là coi theo kiểu trên bản. (Ấy là ý chỉ ni tấc trong nghề vẽ).

6. — DẠY ĐỊA DƯ. — Dạy địa dư cũng như dạy tri tri sự vật, phải chỉ dẫn cho học trò thấy tường tận thì mới hiểu rõ đặng.

Dạy cho biết non, sông, núi, rạch, biết giống hướng, biết họa đồ, biết bản đồ xứ Nam-kỳ, xứ Đông-dương và nước Đại-pháp.

Học chẳng phải nói cho nhiều, rồi bắt lập đi lập lại. Phàm địa dư thì dạy những đều học trò thấy được trong làng, trong tổng, hoặc chỉ trong hình họa, trong thiệp thơ (cartes postales), trong địa đồ, bản đồ, vân vân. Dùng cách sau đây cũng là hay. Khi mới tạnh mưa rồi, dẫn học trò ra ngoài sân, sẵn nước còn đương đọng trên đất, lấy đó mà tỉ thí, chỉ những tên đại khái trong phép địa dư, hoặc sông, rạch, vũng, ngòi, doi, bãi, núi non, vân vân.

Dạy cho học trò biết giống hướng, thì phải chỉ mặt trời buổi sớm mai giọi vô trường phía nào, chiều phía nào. Còn vẽ thì tập làm họa đồ lớp học, họa đồ nhà trường, họa đồ làng và tổng.

Vous ferez vous-mêmes des cartes murales de la province, de la Cochinchine, de l'Indochine et de la France, en reproduisant, par la méthode « des carreaux », les cartes que vous avez dans vos livres ou atlas. Ces cartes vous seront indispensables pour vos descriptions, mais vous rendez ces descriptions — qui sont l'essence même de la géographie — beaucoup plus vivantes encore si vous illustrez vos leçons par des images. Il vous sera facile de constituer peu à peu dans ce but, avec la collaboration de vos élèves, une collection de photographies, de cartes postales illustrées de la province, de la Cochinchine, des autres pays de l'Indochine et même de la France.

7. — HISTOIRE. — L'enseignement de l'histoire n'existe qu'à la division supérieure des écoles cantonales et il doit se borner, dit le programme, à des « causeries et des lectures » sur « les principaux faits et les principaux noms de l'histoire d'Annam et sur le rôle de la France en Cochinchine ».

Dans ces causeries, le maître devra s'efforcer de détruire ou de donner une explication naturelle des légendes qui ont envahi l'histoire d'Annam, surtout dans la période ancienne.

En attendant la publication prochaine d'une histoire d'Annam à l'usage des élèves des écoles communales et cantonales, les maîtres pourront trouver dans le *Bulletin de l'Instruction publique* les éléments de leurs causeries ou de leurs lectures.

8. — LANGUE FRANÇAISE. — L'enseignement de la langue française n'existe comme celui de l'histoire, qu'à la division supérieure des écoles cantonales. Il ne faut donc pas, l'enseigner dans les autres divisions.

Ce sont surtout des leçons de vocabulaire que vous devrez faire à vos élèves. Le programme dit qu'il faut leur apprendre « les 400 mots français les plus usuels ». Il faut que vous prépariez cette liste vous-mêmes, très consciencieusement, sur un cahier spécial que vous montrerez à l'inspecteur. Vous ne devrez pas, pour établir cette liste, copier le dictionnaire, comme quelques-uns d'entre vous le font.

Chacune de vos leçons sera composée de deux parties : un vocabulaire et des exercices sur ce vocabulaire.

Thầy phải coi trong sách hay là trong địa dư mà vẽ lại lớn : (dùng cách gạch khoản vuông), địa đồ tỉnh sở tại, địa đồ Nam-kỳ, Đông-dương và Đại-pháp. Có địa đồ ấy, mới dạy biết rõ xứ nầy xứ kia, mà nếu có thêm đặng hình thì lại càng hữu ích lắm. Thầy cũng trò phải ra công góp nhóp những hình chụp, thiệp thơ chỉ dẫn về tỉnh sở tại, về xứ Nam-kỳ, các xứ Đông-dương và nước Đại-pháp.

7. — DẠY SỬ. — Lớp nhứt trường tổng thì mới có dạy sử. Chương trình biểu phải đàm giản và dọc cho biết đều đại lược và những người danh vọng lưu truyền trong sử. Nhà nước Đại-pháp sang Nam-kỳ thi ăn đức dưỡng bao.

Sử Annam vẫn đa mộng mị phi thường, vậy thầy phải do nơi lý tự nhiên mà đàm giản kẻo học trò sa lầm đều quái dị.

Chờ sau sẽ có in cuốn sử Annam để nơi trường làng và trường tổng, bây giờ đây nên dùng đỡ những bài viết trong nhựt trình huấn học (*Bulletin de l'Instruction publique*).

8. — DẠY TIẾNG LANGSA. — Tiếng Langsa cùng sử ký thì dạy lớp nhứt trường tổng mà thôi.

Học thì cho những tiếng một thường dùng. Chương trình biểu phải dạy 400 tiếng cần kíp. Thầy phải dọn 400 tiếng ấy cho kỹ can, có quan Giám-đốc đi xét trường, thì phải trình cho người xem. Làm thì cho tim tất, lựa những tiếng thiệt cần dùng cho con trẻ, chớ nên lấy tự vị mà chép ra cho có chừng.

Mỗi bài đều phân ra làm hai chặn, một chặn thì tiếng một, còn chặn kia thì dùng những tiếng ấy mà tập làm câu.

Les mots de ce vocabulaire devront se rattacher à un sujet déterminé. Vous arrêterez avec le plus grand soin la série de ces sujets. Vous pourrez en particulier vous inspirer du plan qui a été suivi par M. Mus dans le *Bulletin de l'Instruction publique* et qui est reproduit plus loin à peu près textuellement.

En même temps que vous choisirez des noms d'objets — autant que possible d'objets que les élèves puissent avoir facilement sous les yeux, soit dans votre musée scolaire, soit dans le village, soit chez eux — vous choisirez aussi quelques mots permettant de déterminer les qualités, usages, formes, dimensions, etc..., de ces objets; des verbes exprimant les actions que l'on peut faire à propros de ces objets, etc...

En d'autres termes, vous vous efforcerez de réunir dans votre vocabulaire (50 mots par mois environ), les mots qui vous permettront de faire des exercices pratiques, variés et intéressants.

Ces exercices seront: soit l'énoncé de propositions simples, complètes ou à compléter en retrouvant le sujet, le verbe ou le complément; soit une petite conversation sur les mots appris: soit une lecture qui servira aussi de dictée et de récitation et qui vous permettra en même temps d'apprendre, par la pratique, la grammaire à vos élèves (distinction des noms, adjectifs, verbes, pronoms, genres, nombres, accord des noms, et des adjectifs, formation du féminin et du pluriel, conjugaison de verbes, etc.).

Vous pourrez vous servir utilement des livres de MM. MACHUEL, SIMARD, BOSCQ, BLAQUIÈRE ; mais vous n'êtes pas obligés de les suivre page par page. Vous tirerez aussi le plus grand profit des leçons publiées par M. Mus dans le *Bulletin de l'Instruction publique de l'Indochine.*

II. — RÉPARTITION MENSUELLE DU PROGRAMME

N. B. — Il nous paraît inutile de donner la répartition mensuelle du programme de langue annamite. Étant donné les liens très étroits qui unissent l'enseignement de la langue annamite aux autres matières, il suffira que les maîtres aient toujours soin de choisir des exercices (lectures, édictées, compositions, etc...), correspondant au programme que les élèves seront en train d'étudier dans les autres branches (morale, leçons de choses, etc...)

Nous nous occuperons seulement des autres parties du programme.

Những tiếng nào dùng về bài chi thì phải sắp đặt cho có thứ tự; bài cũng phải lựa trước cho có lớp lang, kỹ cang. Hãy do theo cách thức của ông Mus chỉ dẫn trong nhựt trình huấn học; sau nầy cũng biên các lời ấy.

Chọn tiếng nói về vật, thì dùng những vật học trò thấy, hoặc tại (Musée) trường, tại trong làng cũng là tại nhà, rồi phải lựa thêm ít tiếng chỉ về bổn tánh, hình dạng, ni tất và chỗ dùng vật ấy, cũng phải kiếm những tiếng (verbes) hiệp lại mà làm câu đặng.

Nói tắt một đều, là phải góp những tiếng cần kíp, dùng đặng nhiều thế, nhiều chỗ, phòng dễ tập học trò làm bài, đã tiện mà lại hữu ích (mỗi tháng chừng 50 chục tiếng thì đủ).

Hoặc tập làm câu dễ, vắn tắt, hoặc ra câu dễ mà dấu bớt chữ cho học trò kiếm mà đặt vô cho nhằm, hoặc tiếng chữ từ (sujet) hoặc từ (verbes) hay là từ (complément). Hoặc dùng mà tập đối đáp tập đọc, rồi viết mò và viết thuộc lòng. Cũng dùng bài ấy, lấy cách phương tiện mà dạy mẹo luật (như phân biệt tiếng noms, tiếng adjectifs, verbes, pronoms, loại số hiệp tiếng noms cùng tiếng adjectifs, làm ra loại âm, số nhiều, chia verbes, vân vân).

Tập những bài nầy thì cũng nên dùng sách của ông MACHUEL, SIMARD, BOSCQ, BLAQUIÈRE mà không cần chi phải do theo tự dậu chỉ đuôi. Những bài của ông Mus viết trong *nhựt trình huấn học* cũng là hữu ích, hãy coi lấy mà làm thể thức.

II — PHÂN ĐỊNH CÁC MÓN TRONG CHƯƠNG TRÌNH RA MỖI THÁNG.

N. B. — Ta tưởng không lấy chi làm ích mà phân định chương trình nói về cách *dạy tiếng Annam* (chữ quốc-ngữ). Phàm dạy tiếng Annam cũng phải do nơi mấy món khác miễng là thầy lựa bài, bài viết, bài tập ngòi từ cho ăn với các đều học trò dương học (phong hóa, trí tri sự vật, vân vân), thì cũng là đủ vậy.

Sau đây ta phân định chương trình các món khác mà thôi.

MORALE ET POLITESSE

	A Division élémentaire des écoles communales et cantonales	B Division supérieure des écoles communales et Division moyenne des écoles cantonales	C Division supérieure des écoles cantonales
I	*Devoirs envers les parents* — Affection, reconnaissance, obéissance, respect, aide.	*L'enfant et la famille* — Revision des notions et préceptes étudiés à la division élémentaire pendant le 1er semestre.	*L'enfant et la famille* — Revision du programme de la division moyenne. Insister sur les rapports avec les parents et les grands-parents (obéissance, reconnaissance, aide et soutien dans la maladie et la vieillesse); avec les frères et sœurs (affection réciproque, le véritable droit d'aînesse, devoir de protection, action de l'exemple); avec les serviteurs (politesse et bonté).
II	*Devoirs envers les autres membres de la famille* — Les grands parents, frères, sœurs, oncles, cousins, etc.	*L'enfant et l'école* — Revision du programme de la division élémentaire (6e et 7e mois). L'honneur de l'école.	Revision du programme de la division moyenne. Insister sur l'extrême importance de l'instruction et de l'éducation. Devoir de s'instruire et de devenir meilleur.

PHONG HÓA VÀ LỄ NGHI

	A	B	C
	Lớp ấu học trường làng và trường tổng	*Lớp nhứt trường làng Lớp nhứt trường tổng*	*Lớp nhứt trường tổng*
I	*Phận làm con ở với cha mẹ thể nào*	*Phận con trẻ trong gia quyến*	*Phận con trẻ trong gia quyến*
	—	—	—
	Thương yêu, hiếu thảo, vưng lời chịu lụy cung kỉnh, giúp đỡ.	Ôn lại các bài đã học ở lớp nhỏ trong sáu tháng đầu.	Ôn lại những bài đã học lớp trung. Gạn tra lại các lời dạy về hiếu kỉnh, sự thân (vưng lời, giúp đỡ trong lúc già yếu, trong cơn tật bịnh); huynh đệ hữu ái, chính quyền trưởng tử là bảo học dìu dắt cùng làm gương tốt cho trẻ em. Cùng tới đời phải lấy nhơn nghĩa mà xử.
II	*Phận con trẻ ở với người trong thân tộc*	*Phận con trẻ nơi nhà trường*	
	—	—	
	Ông bà, anh em, chị em chú bác, cô cậu, vân vân. . . .	Ôn lại các bài lớp ấu học (tháng thứ sáu và thứ bảy). — Nhà trường là chỗ rất nên cung kỉnh.	Ôn lại các bài lớp trung. Nhắc lại sự học hành hữu ích là thể nào. Làm người phải học mới trở nên thuần mĩ, lương thiện.

	A	B	C
III	*Devoirs envers les serviteurs et les amis de la famille* — Politesse, bonté, langage convenable, bonne tenue.	*Devoirs envers autrui* — Revision du programme de la division élémentaire (8e et 9e mois). Insister sur l'intérêt que nous avons à bien traiter les animaux domestiques.	Revision du programme de la division moyenne. Insister sur la probité et la charité. Fais à autrui, etc...
IV	*L'union de la famille* — L'esprit de famille ; fêtes et réunions de famille.	*Devoirs envers soi* — Propreté, tempérance, sobriété. Dangers de l'alcool et de l'opium. Nécessité de l'exercice.	Revision du programme de la division moyenne. Insister sur les conséquences de l'hygiène et de la propreté pour soi et pour les autres. La gymnastique et les sports : santé, force, adresse. — Sobriété nécessaire dans les pays tropicaux.
V	Revision		
VI	*L'enfant à l'école* — Devoirs envers le maître : affection, respect, obéissance, assiduité, exactitude, franchise. Les qualités du bon écolier : propreté, ordre, attention, assiduité, travail et progrès.	*Le travail* — Les qualités que l'on acquiert par le travail. Le travail et l'économie. Le travail et l'instruction. La paresse, mère de tous les vices : ignorance, frivolité, jeux (dettes, etc.)	Revision du programme de la division moyenne. Insister sur la nécessité du travail. — L'ordre dans le travail (la méthode). Dignité du travail manuel.

	A	B	C
III	*Phận ở với tôi dòi cùng bằng hữu*	*Ở với người ngoại thân*	
	Lễ nghĩa, khoan nhơn, lời thuần hậu, nết khoan hòa.	Ôn những bài lớp ầu học (tháng thứ 8 và thứ 9). Nhắc lại vì sao mà phải nuôi dưỡng sút vật cho tử tế.	Ôn những bài lớp trung. Nhắc lại sự thiệt thà, sự làm phước : kỷ sở bất dục …
VI	*Gia đạo thuận hòa*	*Phận sự riêng của con trẻ*	
	Tình thâm cốt nhục, hòa, ái, đồng tâm ; giỗ chạp, thân tộc hội hiệp.	Tinh khiết, độ lượng trong sự ăn uống. Hiểm nghèo về tật rượu trà, hút xách. Phải năng thảo luyện gân cốt.	Ôn những bài lớp trung. Nhắc lại vì sao mà ăn ở sạch sẻ thì có ích cho mình và cho kẻ khác. Nghề luyện gân cốt, các nghề chơi dễ tập cho có sức lực, nhậm lẹ. — Phải độ lượng trong sự ăn uống nơi xứ nóng nực.
V	Học ôn		
VI	*Phận sự con trẻ nơi nhà trường*	*Sự làm việc*	
	Tình sư dệ ; ái kỉnh, vưng lời, cần học, chín chắn, ngay thật. Tánh tốt của học trò : sạch sẻ, thứ tự, ý tứ, siêng năng, học cho tấn ích.	Năng làm công việc thì tập đặng tánh tốt nào? Sự làm việc và sự cần kiệm ; sự làm việc và sự học hành. Làm biếng sanh nhiều đều tệ : dốt nát, xa xí, cờ bạc, nợ nần.	Ôn những bài lớp trung. Nhắc lại vì sao phải cần làm việc. Thứ tự trong công việc làm. Sĩ công cùng đồng một lực, cùng trọng cả hai.

	A	B	C
VII	*L'enfant à l'école* (suite)	*Bonté, générosité*	*Bonté, générosité, courage*
	Devoirs envers les camarades : bonté, complaisance, protection des plus faibles. Défauts à éviter : méchanceté, jalousie, colère, brutalité, médisance, moquerie, délation, mensonge. Solidarité entre camarades.	Les qualités du cœur : bonté, douceur, complaisance, générosité. Méchanceté, cruauté, dureté, égoïsme, cupidité, avarice.	Revision du programme de la division moyenne. Le courage : courage physique, courage moral. Energie dans le malheur. La lâcheté.
VIII	*L'enfant hors de l'école*	*L'attention et la réflexion, la modestie*	
	Bonne tenue, politesse avec les étrangers, les vieillards, les infirmes. Manière de saluer. L'insolence. La grossièreté. Cruauté vis-à-vis des faibles, des animaux.	Nécessité de l'attention en classe et à la maison. L'attention, forme du respect. La réflexion et l'étourderie. — Conséquences fâcheuses de l'étourderie. Modestie et simplicité. Vanité, orgueil.	Revision du programme de la division moyenne. Redressement des superstitions grossières. L'orgueil et la fierté.
IX	*L'enfant et les autorités*	*L'amour du vrai*	
	Affection, respect, obéissance, reconnaissance vis-à-vis des autorités indigènes et des autorités françaises.	La franchise, le mensonge, l'hypocrisie, la fourberie. — Le mensonge, signe de lâcheté.	Revision du programme de la division moyenne. Le respect de la parole donnée. Notion de la conscience du remords et du devoir.
X			

	A	B	C
VII	**Phận con trẻ nơi nhà trường** (tiếp theo)	*Thiện từ và quảng đại*	*Từ thiện, quảng đại gan dạ*
	Ở với anh em chúng bạn thể nào? Hay thương hay giùm giúp, hay binh vực đứa yếu đuối. Tánh xấu phải chừa : sâu hiểm, ganh ghét, giận hờn, dữ tợn, nói hành, nhạo báng, kể vạch, nói láo ; sự đồng tâm.	Tánh tốt : thiện từ, hiền hậu, hay giúp đỡ, quảng đại. Sâu hiểm, độc ác, lòng gắt gớm, tham lam, hà tiện.	Ôn những bài lớp trung. Gan dạ : gan dạ trong lúc nguy biến, gan dạ trong cơn hoạn nạn. — Vững lòng bền trí trong cơn hoạn nạn. Nhát gan.
VIII	**Phận con trẻ lúc ra đường**	*Ý chỉ : suy lượng : Không hay khoe khoan*	
	Tề chỉnh, lễ nghi với người tha hương, người trưởng lão, kẻ tàn tật. Cách chào hỏi. — Xắc xược, thô tục. Hung ác với kẻ yếu đuối, với con ngoại vật.	Phải có ý chỉ trong lớp và ở nhà. Ý chỉ là dấu cung kỉnh. — Suy lượng và vô ý. — Vô ý sanh nhiều điều khó dễ. Không hay khoe khoan, ở ăn đo nơi mực thường. Khoe khoan và kiêu hãnh.	Ôn lại những bài lớp trung. Sửa đều tệ về sự dị đoan, quái gở, sự kiêu ngạo, xắc xược.
IX	**Phận con trẻ phải kính viên quan**	*Tập lòng ngay thật*	
	Mến kỉnh, vưng lời cùng biết ơn viên chức Annam cùng viên quan Langsa.	Sự ngay thật, sự nói láo, gian trá xảo quyệt. Nói láo là dấu nhát gan.	Ôn những bài lớp trung. Nói phải nhớ lời. — Lương tâm, hối ngộ, phận sự của mình phải lấy làm trọng.
X		Học ôn	

LEÇONS DE CHOSES ET EXERCICES DE LANGAGE

	A	B	C
I	*Le corps humain*	*Le corps humain*	*Les 3 règnes*
	La peau, les muscles, les os, le squelette, la tête, cerveau, œil, oreille, langue, nez, cheveux. — Le tronc : cœur, poumons, intestins, colonne vertébrale. — Les membres. — Les cinq sens. — L'hygiène du corps humain.	Révision du programme de la division élémentaire. Insister sur les exercices physiques et l'hygiène du corps humain.	Le minerai, la plante, l'animal, les pierres : calcaires, argile, silice, houille. — Les métaux : fer, plomb, zinc, étain, or, argent. — Le sol arable.
II	*La nourriture*	*La nourriture*	*La plante*
	Les aliments et les boissons annamites : leur provenance et leur préparation. — Les repas : la vaisselle et les ustensiles de ménage. — L'hygiène de l'alimentation : la sobriété, l'eau potable et le paludisme, danger de l'alcool et de l'opium.	Révision du programme de la division élémentaire. — Insister sur la propagation des maladies par l'eau malsaine, le danger des excès de nourriture et de boissons. Notions sur les aliments et les boissons européennes.	Les différents organes : racine, tige, feuilles, fleurs, leur description et leurs fonctions. — Reproduction de la plante : le fruit, la graine, germination.
III	*Les vêtements*	*Les vêtements*	*Les plantes utiles*
	Les matières premières (soie et coton), leur provenance, leur préparation : industrie du vêtement, hygiène du vêtement.	Révision du programme de la division élémentaire. Insister sur la propreté du vêtement : lessive et désinfection.	Plantes alimentaires (riz, poivre, maïs, canne à sucre, fruits divers) : Cultures et usages.

TRÍ TRI SỰ VẬT, TẬP NGÔN TỪ ĐỐI ĐÁP

	A	B	C
I	**Thân thể con người** Da, gân, xương, xương cốt, đầu, sọ, con mắt, tai, mũi, tóc. — Mình mẩy: tim, phổi, ruột, xương sống. — Tay chơn, ngũ quang. Giữ thân thể cho tinh sạch.	**Thân thể con người** Ôn những bài lớp ấu học. Nhắc sự tập luyện gân cốt và sự tinh sạch.	**Ba loài trong muôn vật** Kim, mộc, loài vật. Da, đá, vôi, đất sét, đá lửa, than đá. — Các loài kim : sắt, chì, kẽm, thau vàng, bạc. Đất thực.
II	**Vật thực** Đồ ăn, vật uống của người Annam. — Gốc bởi đâu mà ra và cách nấu nướng. Bữa ăn : bát chén, nồi trách. — Tinh sạch trong sự nấu nướng. Độ lượng trong việc ăn uống, nước uống, bịnh rét, hiểm nghèo về sự rượu trà, hút xách.	**Vật thực** Ôn những bài lớp ấu học. Nhắc lại sự uống nước không tinh sạch thường sanh nhiều bịnh hoạn, sự hiểm nghèo bởi ăn uống vô độ lượng. Nói về vật ăn uống của người phương Tây.	**Thảo mộc** Thân thể loài thảo mộc : rễ, cội, nhành, lá bông. Chỉ dẫn chỗ dùng của mỗi vật. — Sự hóa sanh : trái hột, lên mộng.
III	**Y phục** Vật dùng làm tơ lụa vải bô bởi đâu mà ra, cách làm làm sao : nghề may và thêu tiễu, giữ áo quần cho sạch sẽ.	**Y phục** Ôn những bài lớp ấu học. Nhắc lại sự tinh sạch về đồ ăn mặc : giặc (nấu quần áo) khử độc.	**Thảo mộc hữn ích** Thảo mộc sanh các món dễ dùng làm vật thực (lúa, tiêu, bắp, mía, các loài trái cây). Cách trồng cùng sử dụng mỗi thứ.

	A	B	C
IV	*L'habitation et la famille*	*L'habitation, la famille et l'école*	*Les plantes utiles (suite)*
	Les différentes parties de l'habitation. Matériaux dont elle est construite. Les industries de l'habitation (maçons, charpentiers, etc.), le chauffage, l'éclairage, le mobilier. Hygiène de l'habitation. La famille ; les membres de la famille ; les réunions de famille.	Revision des notions vues à la division élémentaire (4e et 6e mois).	Les oléagineux (cocotier, arachide) les textiles (coton, ramie, kapok, mûrier) ; les arbres à caoutchouc ; les essences forestières.
V	Revision		
VI	*L'école*	*A travers le village*	*Les animaux*
	Situation, formes , dimensions. Ses diverses parties, leurs usages. Matériaux de construction : provenance et qualités. Matériel et mobilier scolaires. Hygiène de l'école : aération et exposition au soleil.	Revision approfondie des notions vues à la division élémentaire (7e, 8e, 9e mois).	Les grandes divisions naturelles établies par des exemples que les élèves peuvent avoir sous les yeux. Animaux utiles et animaux nuisibles.
VII	*Le village, la ferme*	*A travers la campagne*	*L'homme*
	L'emplacement du village : ses principales constructions. Le jardin potager et les arbres fruitiers. La basse-cour et les animaux domestiques, leur description, leur utilisation ; soins à leur donner ; les mauvais traitements. — Hygiène du village (immondices, eaux stagnantes).	Les cultures (plantes utiles et nuisibles). L'élevage (animaux utiles). La chasse (animaux féroces et nuisibles). La pêche (rivières, lacs, mer) et les salines. Les forêts (principales essences). — Les mines (fer et houille). — Les carrières (matériaux de construction, argile).	Le squelette, les os, les muscles. L'appareil digestif : les aliments ; mécanisme et l'hygiène de l'alimentation. La circulation du sang et la respiration (mécanisme et hygiène).

A	B	C
IV *Nhà cửa và gia thất* Nhà cửa, buồng the, bếp nút. Vật dụng làm nhà, nghề làm nhà (thợ hồ, thợ mộc, vân vân.) Than củi, dầu đèn, ghế đẳng. — Giữ nhà cửa cho sạch sẽ. — Gia thất; ng ở trong họ hàng; thân tộc hội hiệp	*Nhà cửa gia thất và trường học* Ôn những bài lớp ấu học.	*Thảo mộc hữu ích* (tiếp theo) Cây sánh dầu (dừa, đậu phộng) cây dùng làm tơ lụa, nhợ gai, bông vải, gai, cây gòn, cây dâu tằm. Cây có mủ để làm da thun, cây danh mộc.
V	Học ôn	
VI *Nhà trường* Ở về hướng nào, hình dáng, bờ cao, bờ ngang, bờ dọc bao nhiêu. Chia ra làm mấy phòng, mỗi phòng dùng v việc gì. — Vật dùng mà cất nó gốc bởi đâu mà ra, tánh mỗi vật. Đồ dùng cùng bàn ghế. — Sự tinh sạch; khoản khoát, cất trở cửa về hướng Đông.	*Xem qua trong làng* Ôn lại cho chín chắn những bài lớp ấu học (tháng thứ 7, 8, 9).	*Loài vật* Đại lược các loài thú (chỉ những thú học trò đã thấy, đã biết). Thú có ích và thú hay phá hại.
VII *Làng, nhà rầy bái* Từ chi làng sở tại; đình, cầu, nhà việc, nhà trường, vân vân. Vườn rau đậu, cây trái. Chuồng gà, chuồng vịt và các loài thú nhà, chỉ vẽ hình tích mỗi loại và sở dụng; nuôi dưỡng tử tế, chớ nên hủy hoại. — Sự sạch sẽ trong làng (chớ để những đồ dơ dáy, nước đọng vũng hôi hám.	*Xem qua chốn đồng bái* Sự trồng tỉa (thảo mộc hữu ích và thảo mộc vô ích) — Cách nuôi loài vật hữu ích. — Săn bắn (thú dữ và hay làm hại.) Chài lưới (sông, hồ, biển, ruộng núi. — Rừng rú (các thứ cây). — Mỏ sắt, mỏ than đá. — Hầm đá sỏi. Vật dùng làm nhà, đất sét.	*Con người* Xương cốt, xương, gân. Tì vị: tiêu hóa vật thực, tinh sạch trong sự ăn uống. — Chỉ cách huyết chuyển vận và hơi thở, thanh khí, trược khí.

	A	B	C
VIII	*Le village ; les cultures*	*A travers l'espace*	*L'homme* (suite)
	Les jours et les mois. Les saisons et les travaux des champs. Les cultures alimentaires (riz) et industrielles (mûrier, cocotier, nattes, etc). Notions sommaires d'agriculture; les instruments agricoles, l'irrigation.	L'air et le vent. L'eau, la vapeur, les nuages et la pluie, la glace. Les 3 états des corps. La lumière. Les orages (foudre, tonnerre).	Le système nerveux : le cerveau, la moelle épinière, les nerfs. Organes des sens : hygiène des sens. Hygiène générale du corps humain, du vêtement, l'habitation. Maladies contagieuses : mesures à prendre et à observer contre les épidémies.
XI	*Le village : les industries*	*A travers l'espace*	*Les trois états des corps*
	Revenir de préférence, dans les promenades scolaires, sur les industries dont on a déjà eu l'occasion de parler, (alimentation, vêtements, etc).	Aspect, situation, monuments, industriels indigènes ou européennes. Les grandes inventions : imprimerie, machines à vapeur, électricité, télégraphe, téléphone. Les échanges et le commerce : importations et exportations.	La chaleur (le thermomètre) ; l'air (le baromètre) ; l'eau (la vapeur d'eau) — Corps usuels : carbone, soufre, phosphore, chaux, soude, potasse.
X	Revision		

	A	B	C
	A	**B**	**C**
VIII	*Làng: sự trồng trỉa*	*Xem trên trời*	*Con người (tiếp theo).*
	Ngày, tháng, mùa và các việc nông giã. — Lúa rau đậu, dâu tằm, dừa, chiếu. Nói sơ lược về việc canh nông, đồ khí cụ nghề canh nông. Khai mương ranh mà đem nước vô ruộng.	Khí trời, gió, nước, hơi nước, mây, mưa, nước đặc, vật có ba tánh chất. Khi sáng, dòng, sấm, sét.	Gân cốt trong châu thân; ốc, tỉ, xương sống, gân. Ngũ quang: cách giữ gìn cho tinh sạch. Cách giữ gìn cho tinh sạch châu thân, quần áo, nhà cửa. Bịnh truyền nhiễm. Lúc có bịnh truyền nhiễm phải dự phòng thể nào?
IX	*Làng: công nghệ*	*Xem qua thành thị*	*Ba tánh chất của vật.*
	Nói về những nghề đã học rồi (nghề làm ra những vật thực, áo quần vân vân.	Phong cảnh, tứ chí, nhà cửa lầu đài, công nghệ Annam hay là Langsa. Nghề trí xảo: máy in, máy dùng hơi mà chuyền vận, diễn khí dây thép, dây thép nói. Việc đổi chác, thương mãi: hàng xuất cảng, nhập cảng:	Hơi nóng (bàn thử xích), khí trời (cấn khí baromètre); nước, hơi nước. — Vật thường dùng: than, diêm, sanh, vôi, tro khối, potasse.
X		Học ôn	

CALCUL ET SYSTÈME MÉTRIQUE

A	B et C (1)
I — Lecture et écriture des nombres de 1 à 10. Les neuf chiffres. Le zéro. Exercices pratiques oraux sur les dix premiers nombres (addition et soustraction). Le mètre.	Revision approfondie du programme des deux premiers mois de la division élémentaire.
II — Lecture et écriture des nombres de 1 à 50. Unités et dizaines. Compter par dizaines jusqu'à 5 dizaines. Additions et soustractions portant sur des nombres de 2 chiffres sans (retenue). Compter de 2 en 2, 3 en 3, 4 en 4, etc., jusqu'à 50. Les multiples du mètre.	Revision approfondie du programme des 3e et 4e mois de la division élémentaire.
III — Lecture et écriture des nombres de 1 à 99. Rôle du zéro. Addition et soustraction portant sur des nombres de 2 chiffres. Mécanisme de la retenue. Les sous-multiples du mètre.	Lecture des nombres de 0 à 999. La centaine. Rôle du zéro. Compter par centaine jusqu'à 9 centaines. Distinguer les chiffres (centaines, dizaines, unités), dans un nombre de 3 chiffres. Le gramme (multiples et sous-multiples).
IV — Compter de 2 en 2, de 3 en 3, jusqu'à 100. Table d'addition. La moitié et le double d'un nombre. Preuve de l'addition et de la soustraction. Le litre (multiples et sous-multiples).	Addition et soustraction portant sur des nombres de 3 chiffres. Retenue. Multiplication par 10, par 100. Table de multiplication. La piastre, le cent, la sapèque.
V — Revision	

(1) Le programme de la division supérieure est le même que celui de la division moyenne. Pour que cette revision ne soit pas une simple répétion, le maître devra multiplier les problèmes en accentuant sans cesse leurs difficultés.

TOÁN VÀ PHÉP ĐO LƯỜNG

	A	B et C
I	Họ và viết số từ 1 tới 10. Chín số đầu. Dấu 0. — Tập làm cọng trừ dễ, dùng 10 số đầu đó. — Thước (mètre).	Ôn lại cho kỷ các bài học nơi lớp nhỏ trong 2 tháng đầu.
II	Họ và viết số từ 1 tới 50 Quan. chục. — Đếm từ chục tới 5 chục, Cọng trừ hai số nhỏ tới 9 cho khỏi nhớ chục. Dạy phép đồn số cho tới 50. Số nhơn của thước (multiples).	Ôn lại cho kỷ những bài lớp nhỏ trong tháng thứ ba và tháng thứ tư.
III	Họ và viết số từ 0 tới 99. Cách dùng dấu 0. — Cọng trừ hai số Cách nhớ số chục trăm, vân vân Số qui (sous-multiples của thước)	Họ số từ 0 tới 999. — Số trăm. — Số dụng dấu 0. — Đếm từ trăm tới 9 trăm. — Cho viết một số. (tới trăm) rồi bắt phân biệt cho rỏ hàng nào về trăm, hàng nào về chục, hàng nào về quan. Le gramme (số nhơn và số qui, của gramme).
VI	D. phép đồn số cho tới 100.— Bản cọng. Số nhỏ hơn nữa phần (moitié)— Bội nhị (double.) Phép thử toán cọng và toán trừ. Le litre. — (Số nhơn và số qui).	Cọng và trừ ba số (tới trăm) có nhớ — nhơn số với 10, 100. Cửu chương. — Đồng bạc, su, tiền điếu.
V	Học ôn	

(1) Chương trình dạy toán và đo lường ở lớp nhứt cũng như lớp trung vậy. Nhưng mà thầy chẳng phải bắt lập đi lập lại cho có chừng : phải cho toán, tập ban đầu dễ sau khó.

	A	B et C
VI	Multiplication par 2, 3, 4. Le gramme (multiples et sous-multiples).	Etude du nombre 1000. Représentation du nombre 1000. Ecriture du nombre 1000. Exercices pratiques sur les nombres de 1 à 1000. Le mètre carré, l'are, l'hectare.
VII	Multiplication par 5, 6, 7. Le mètre carré.	La division. Idée de la division. La moitié, le tiers, le quart Division d'un nombre de 2 chiffres par un nombre de 1 chiffre (sans reste). Dividende, diviseur, quotient. Le litre, le décimètre cube, le mètre cube.
VIII	Multiplication par 8 et 9. Revision de la table de multiplication. L'are et l'hectare.	Division d'un nombre de 2 ou 3 chiffres par un nombre d'un chiffre (avec reste). Le kilo, le quintal, la tonne, les balances.
IX	Preuve de la multiplication. Nombreux exercices d'application des trois règles sur des nombres de 1 à 1.000.	Division par 10 et par 100 (dixièmes et centième). Les nombres décimaux : lecture écriture. Opérations élémentaires sur les nombres décimaux. La piastre, le franc. Le papier monnaie. Manière de rendre l'appoint.
X	Revision	

	A	B et C
VI	Nhơn một số với 2, 3, 4. Le gramme (số nhơn và số qui) (multiples et sous-multiples).	Học tới số 1,000. Viết số 1,000 (hàng ngũ là mấy, chỉ cho ro). Tập số từ 1 tới 1.000. — Thước vuông, sào, mẫu (langsa).
VII	Nhơn số với 5, 6, 7. Thước vuông.	Phép chia. — Chỉ ý phép chia là gì. — Nửa phần, phần ba, phần tư. $$\left(\frac{1}{2}, \frac{1}{3}, \frac{1}{4}\right)$$ Chia hai số cho một số. (Không có giữ ý nguyên). Số để chia.........(dividende). Số chỉ chia cho mấy... (diviseur). Số chỉ chia đặng bao nhiêu (quotient). Le litre. — Tấc chuông, thước chuông (m3).
VIII	Nhơn với 8, 9. — Học ôn cửu chương — sào, mẫu.	Chia cho ba số cho 1 số (còn dư lại) Kilo. — 50 kilos (quintal) 1,000 kilos (tonne). Các thứ cân.
IX	Phép thử toán nhơn. Tập cộng, trừ, nhơn cho nhiều; dùng số từ 1 tới 1.000.	Chia cho 10 và 100, 10 lần ít hơn (dixième) 100 lần ít hơn (centième). Số lẻ. Viết và hỏ số lẻ. Tập làm toán dễ, dùng số lẻ. Giấy bạc, cách thối tiền.
X	Học ôn	

GÉOÈMTRE, DESSIN ET TRAVAUX MANUELS

A	B et C
I — La ligne droite, verticale, horizontale, oblique.	Revision du programme de l'année précédente. Ajoutez la ligne courbe et la circonférence.
II — Horizontale et verticale (angle droit). Horizontale et oblique (angle aigu, angle obtus).	Comme exercices de dessin, choisir de préférence pour modèles des objets qui existent dans la classe (table, banc, chaise, armoire, etc.).
III — Obliques perpendiculaires (angles droits) ; parallèles.	Comme exercices de travaux manuels, faire des pliages de bandelettes, lettres, chiffres, figures géométriques, etc...).
IV — Les angles.	
N. B. — Comme exercices de travaux manuels, faire, pendant ce 1er semestre, des lignes, des lettres, des chiffres, soit avec des bandes de papier, soit avec des feuilles (aréquier, bananier, cocotier, etc...).	
V — Revision	
VI — Le carré (axes et diagonales).	Même programme qu'à la division élémentaire, mais plus approfondi. Etude des surfaces des divers polygones au moyen du pliage et du découpage de feuilles de papier. Montrer, par ces exercices de pliage et de découpage, comment le parallélogramme se transforme en rectangle équivalent, le triangle en un parallélogramme équivalent, etc.
VII — Le rectangle (axes et diagonales).	
VIII — Le losange et le parallélogramme.	Notions sur le trapèze et les polygones réguliers. Moyens de construire l'hexagone, le triangle équilatéral, l'octogone, etc.
IX — Le triangle. Diverses espèces de triangles.	Dessins ; continuation des exercices du 1er semestre ; dessins d'après nature par les élèves.
N. B. — Dans le second semestre, les élèves feront des dessins d'objets simples qu'ils ont sous les yeux ; et ils commenceront les exercices de tissage, de pliage et de découpage.	Travail manuel : tissage, modelage.
X — Revision	

PHÉP ĐO, VẼ VÀ CÔNG NGHỆ

	A	B et C
I	Hàng ngay, số ngay, hàng ngang, hàng xiêng.	Ôn bài học năm trước. Thêm hàng cong và vòng tròn.
II	Hàng ngang và số ngay, góc ngay (angle droit), hàng ngang và xiêng (góc cạnh bươm).	Dạy vẽ thì lựa kiểu ghế cùng đồ dùng trong lớp học.
III	Hàng xiêng (obliques perpendiculaires). — Hàng ngang không dụng nhau (paralèles).	Công nghệ thì cho xếp giấy, làm chữ, làm số, làm hình giác trong phép vẽ, vân vân.
IV	Angles	
	Phải biết. — Trong sáu tháng đầu thì dùng giấy, lá chuối, lá dừa, mà tập xếp hàng ngang, ngay, xiêng vân, xếp chữ, xếp số.	
V	Học ôn	
VI	Hình vuông tượng (axes và diagonales).	Cũng theo chương trình lớp nhỏ mà học cho kỹ, cho tột.
VII	Rectangle (axes và diagonales).	Dùng giấy xếp hình khuê giác polygones. — Dùng giấy cắt xếp hình parallélogramme, rồi chỉ thế làm ra hình rectangle.
VIII	Losange, parallélogramme.	Dạy về trapèze, hình khuê giác bằng nhau (polygones réguliers). — Cách vẽ, làm hình lục giác, hình triangle ba phía bằng nhau, hình bát giác, vân vân.
IX	Các thứ triangles.	Dạy vẽ: Dạy theo chương trình học sáu tháng đầu. Vẽ hình coi theo kiểu.
	Phải biết. — Trong sáu tháng sau, học trò tập vẽ những đồ dễ, nó thấy trước mắt và học dương xếp và cắt.	Công nghệ: dương và nắn hình.
X	Học ôn	

GÉOGRAPHIE.

	B	C
I	*Généralités* Le plan de la classe, de l'école, du quartier, du village : notion de l'échelle. Exercices d'orientation par le soleil. Premiers exercices de cartographie.	Revision du programme des deux premiers mois de la division moyenne.
II	*Nomenclature* — Définitions des termes géographiques les plus simples suivant la méthode indiquée plus haut.	*Le canton* — Revision du programme de la division moyenne (3e et 4e mois).
III	*Le canton* — Physionomie de la région où se trouve l'école. Première idée du relief, des cours d'eau, de la température, des vents, des pluies, des orages. — Ressources de la région : chasse, pêche, élevage, cultures, forêts, mines, carrières, etc. Première idée des échanges et du commerce : marchés, moyens de transport, voies de communications.	*La province* — Géographie physique et économique (même plan que pour le canton). Faire faire aux élèves une carte de la province où ils indiqueront les cours d'eau, les routes, les principaux marchés et les noms des principaux produits à l'emplacement où on les trouve.
IV	*Le canton* (suite) — Les habitants, leur nombre, leur répartition en villages, leurs occupations. Première idée de l'organisation administrative : les autorités cantonales, leurs relations avec les autorités françaises : l'impôt.	*La province* (suite) — Géographie politique et administrative (même plan que pour le canton). Le chef de la province : ses attributions. Les services publics représentés dans la province (travaux publics, postes et télégraphes, enseignement, etc...)
V	Revision	
VI	*La province* — Même programme, mais plus approfondi que pour le canton. Insister sur les principaux marchés de la province, sur les voies de communication, sur l'organisation administrative (le chef de la province, les services publics représentés dans la province, leur rôle).	*La Cochinchine* — Revision du programme de la division moyenne. Faire faire aux élèves de nombreux exercices de cartographie.

DẠY ĐỊA DƯ

	B. Lớp nhứt trường làng. Lớp nhứt trường tổng.	**C** Lớp nhứt trường tổng.
I	Bản đồ lớp học, nhà trường, xóm, làng. — Dùng ni tấc làm ra nhỏ (échelle). — Giống hướng (dùng mặt trời). Tập vẽ địa đồ.	Ôn các bài lớp trung.
II	Cai các tiếng dùng trong địa dư (do theo cách đã chỉ trước).	**Tổng** Ôn bài lớp trung (tháng 3 và tháng 4).
III	**Tổng** Phong cảnh tong sở tại. — Nói về địa cuộc ra làm sao. — Sông rạch, phong thổ, gió, mưa, dòng. — Thổ sản : nghề săn bắn, chài lưới, nuôi thú vật, trồng trĩa, rừng, hầm đá, mỏ kim, vân vân. — Phép đổi chác, nghề thương cổ : chợ, phương tiện chữ chiếng, sông rạch, dường sá thông thương.	**Tĩnh** Nói về phong cảnh, địa cuộc và thổ sản. — Dạy y theo địa dư tổng. — Bắt vẽ địa đồ tĩnh sở tại, chỉ sông rạch dường sá, chợ búa chỉ chỗ nào có món thổ sản gì.
IV	**Tổng** (tiếp theo) Nhơn dân, số bao nhiêu ; nghề nghiệp làm ăn. — Nói về việc cai trị phần tổng, hành sự tùng quyền với viên quan Langsa các ty. — Thuế vụ.	**Tĩnh** (tiếp theo) Nói về việc cai trị (do y theo việc cai trị phần tổng). — Quan chủ tĩnh : quyền hành của ng·ời. — Các ty thuộc trong tĩnh : Sở tạo tác, nhà thơ dây thép, giáo huấn, vân vân.
V	Học ôn	
VI	**Tĩnh** Do theo chương trình trước, mà rộng hơn chương nói về phần tổng. — Lập lại tên các chợ trong tĩnh, dường thông thương bộ thủy, việc cai trị, quan chủ tĩnh, các ty thuộc trong tĩnh ; phần việc mỗi ty.	**Xứ Nam-kỳ** Ôn những bài lớp trung. Năn bắt tập vẽ địa đồ.

	B	C
VII	*La Cochinchine*	*La Cochinchine* (suite)
	Physionomie générale de la colonie : situation, étendue, limites. Le delta et les régions montagneuses. Les côtes. Le Mékong ; le Dongnai et ses affluents : hautes et basses eaux. Le climat : saison sèche et saison des pluies. Les ressources économiques : forêts, élevage, pêche, agriculture, carrières, industries (européennes et indigènes).	Révision du programme de la division moyenne (8e mois). Nombreux exercices de cartographie.
VIII	*La Cochinchine* (suite)	*L'Indochine*
	Voies de communication. — Villes et marchés qu'elles relient ; produits qui y sont échangés ; exportations et importations. Les populations indigènes : les principales races ; répartition. L'administration : les provinces (énumération, situation, importance) ; le Lieutenant-Gouverneur et les grands services publics. L'œuvre de la France en Cochinchine.	Principaux traits de la géographie physique de l'Indochine : montagnes, fleuves, deltas. Les ressources économiques : mines, forêts, cultures, etc. . Les populations de l'Indochine. Les cinq pays de l'Indochine : leur situation, leurs ressources, leur organisation politique.
IX	*L'Indochine, l'Extrême-Orient, la France*	*L'Extrême-Orient et la France*
	Notions sommaires sur les autres pays de l'Indochine (voir le plan indiqué pour la division supérieure), sur la Chine, le Japon, les Philippines, les Indes néerlandaises, le Siam, la Birmanie, la France. Insister en particulier sur les relations commerciales de ces pays.	Révision des notions vues à la division moyenne ; insister sur la France.
X	Révision	

	B	C
VII	**Xứ Nam-kỳ** Địa cảnh xứ Nam-kỳ; tứ cận, đạt thành bao nhiêu, giới hạn —, Xứ ở nhằm chỗ sông suối, xứ núi non. Bãi bờ. — Sông Cửu-long-giang, sông Đồng-nai, các rạch: nước lớn, nước ròng. — Phong thổ. — Mùa nắng, mùa mưa. — Thổ sản trong xứ: rừng rú, thú vật, chài lưới, làm ruộng, hầm đá. các nghề nghiệp Langsa và Annam.	**Xứ Namkỳ** (tiếp theo) Ôn bài lớp trung (tháng 8). Năng tập vẽ địa đồ.
VIII	**Xứ Nam-kỳ** (tiếp theo) Đường bộ thủy thông thương đi tới thành nào, chợ nào, vật thổ sản buôn bán tại chợ ấy. — Xuất cảng và nhập cảng. Các sắc dân bổn địa: chia mỗi sắc dân là bao nhiêu. Việc cai trị: cai các tỉnh xứ Nam-kỳ, ở chỗ nào, sung túc dường bao. — Quan Nguyên-soái và các ty thuộc lớn. Công đức nhà nước Đại-pháp là thể nào.	**Cõi Đông-dương** Địa cuộc cõi Đông-dương, núi, sông. — Vật thổ sản; mỏ kim, rừng, các cuộc trồng trĩa, vân vân. Dân số cõi Đông-dương. Năm xứ trong coi Đông-dương: Bắc-kỳ, Trung-kỳ, Nam-kỳ, Cao-mang, Lào, ở cho nào, vật thổ sản; việc cai trị mỗi xứ. — Các ty thuộc lớn và quan Tổng-thống toàn quyền đại thần.
IX	**Đông-dương.— Các nước phía Đông.— Nước Đại-pháp** Dạy sơ về các xứ khác trong cõi Đông-dương ; (do theo chương trình lớp nhứt; xứ Trung-quấc, Nhựt-bổn, Filippines. Indes, Xiêm Birmanie.— Nước Đại-pháp. Nói về sự thông đồng thương mãi mấy xứ ấy với xứ Nam-kỳ, đổi chác những vật chi.	**Các xứ phía Đông và nước Đại-pháp** Ôn các bài lớp trung ; bắt học lại địa dư nước Đại-pháp.
X		Học ôn

DẠY SỬ

I	Sơ khai: Triệu-đà ; Lục giả.
II	Nước Annam bị Trung-quốc chiếm cứ : Đạo nho (Đức-khổng-Tử); quan thái thú nhơn từ (Sĩ-vương).
III	Nước Annam bị Trung-quốc chiếm cứ (tiếp theo). — Quan thái thú độc ác. — Dân Nam dấy loạn.
IV	Nước Nam trung hưng : Đời Đinh, Lê, Lý, Trần, Lê.
V	Học ôn
VI	Nhà Nguyễn khôi phục.
VII	Vua Gia-Long, Minh-Mạng.
VIII	Vua Tự-Đức người Langsa sang ở nước Nam.
IX	Kể công đức nước Đại-pháp mở mang đàng văn minh, cường thạnh trong xứ Nam-kỳ.
X	Học ôn

HISTOIRE

C

I	Les origines : Triêu-dà ; Lục-gia.
II	La domination chinoise en Annam : la morale chinoise (Confucius) ; les bons gouverneurs (Si-vuong).
III	La domination chinoise (suite). — Les mauvais gouverneurs et les révoltes des Annamites.
IV	L'Annam indépendant : les dynasties des Dinh, des Li, des Trân, des Lê.
V	Revision
VI	Etablissement de la dynastie des Nguyên en Cochinchine.
VII	Gia-long et Minh-mang.
VIII	Tu-duc et l'établissement des Français en Cochinchine.
IX	L'œuvre de la France en Cochinchine.
X	Revision

LANGUE FRANÇAISE.

C

I	*La classe :* le matériel et le mobilier scolaire ; nom, place, forme dimensions des objets, etc... Forme négative. — Pluriel.
II	*Le corps humain :* ses divisions ; la tête, le tronc, les membres, les organes des sens. Formes quantitatives (combien, beaucoup, etc..) ; formes possessives. Verbes *avoir* et *être* (présent de l'indicatif et futur).
III	*Les aliments :* ce que l'on mange et ce que l'on boit, les repas. Le jour et la nuit, l'heure qu'il est. Verbes *avoir* et *être* (passé défini).
IV	*Les vêtements :* différentes parties du vêtement annamite : matières avec lesquelles on fait les vêtements ; ceux qui font les vêtements et leurs outils. — La toilette. Les mois ; les vacances. Verbes réguliers de la première conjugaison (présent, futur, passé).
V	Revision
VI	*La maison et la famille :* différentes parties de la maison annamite ; son mobilier ; — les parents (père, mère, etc...) — Formules de politesse, salutations. Quelques verbes réguliers de la 2e conjugaison (3 temps principaux).
VII	*Le village :* description du village, de ses abords, de ses environs ; occupations de ses habitants. L'âge. Quelques verbes réguliers de la 3e conjugaison (3 temps principaux).
VIII	*Les saisons et les travaux des champs :* principales plantes cultivées et principaux animaux domestiques de la région. Emploi de quelques prépositions et de quelques conjonctions (avant, après, etc.). Quelques verbes réguliers de la 4e conjugaison.
IX	*La ville et les moyens de transport :* description de la ville : monuments, magasins, habitations ; les métiers de la ville ; comment va-t-on à la ville ; voies de communication et moyens de transport. Emploi de quelques adverbes. Quelques verbes irréguliers : dire, etc...
X	Revision

Saigon, Imprimerie J. Viêt

DẠY TIẾNG LANGSA

I	*Lớp học:* vật dùng cùng bàn ghế, chỗ dề, hình dáng, ni tấc mỗi vật, vân vân. Cách dùng *ne pas* (Không có). — Số nhiều.
II	*Thân thể con người:* đầu, mình, tay, chơn, ngũ quang. Cách dùng *combien, beaucoup, peu*, vân vân. Cách dùng *mon, ton, son*, vân vân. Verbes *avoir* và *être* (thì bây giờ, thì sẽ đến).
III	*Vật thực:* vật ăn và vật uống; bữa ăn. — Ngày, đêm, giờ. — Verbes *avoir* và *être* (thì *passé défini*) đã qua.
IV	*Y phục:* quần áo Annam, kêu hài danh mỗi phần: cỗ, bâu, lai, ống, vân vân; vật dùng mà may quần áo; thợ may, đồ dùng trong việc may vá. — Cách ăn mặc, sửa soạn. — Verbes *réguliers ER* (thì bây giờ, sẽ đến, đã qua rồi).
V	Học ôn
VI	*Nhà cửa cùng gia thất:* buồng the, bếp núp, van vân, ghế đẳng.— Ông bà, cha mẹ, vân vân. — Cách lễ nghĩa. Ít verbes *réguliers IR* (ba thì chánh).
VII	*Làng sở tại.* — Về địa cảnh ra, các nơi lân cận. — Nghề nghiệp làm ăn của dân. — Tuổi (theo Annam). Ít verbes *réguliers OIR* (ba thì chánh).
VIII	*Mùa màng cùng các công việc làm ngoài đồng:* các thứ thảo mộc và loài vật trong xứ. — Cách dùng ít tiếng *prépositions* và *conjonctions* (avant, après, vân vân) Ít verbes *RE*.
IX	*Thành thị và cách dùng mà chở chiên:* phong cảnh và thành phố; lau đài, kho tàu, nhà cửa; nghệ nghiệp làm ăn; đi thế nào đến thành phố, đường thông thương bộ thủy, cách chở chiên. — Cách dùng ít tiếng *adverbes.* — Ít verbes *irréguliers:* dire, lire, vân vân.
X	Học ôn

Tirage cinq cents exemplaires

Saigon, le 3 mai 1917

HỌC CHÁNH ĐƯỜNG

CHƯƠNG TRÌNH

TRƯỜNG TỔNG VÀ TRƯỜNG LÀNG

TRONG NAM-KỲ

Lời khuyên bảo về thể thức dạy dỗ
Phân các môn ra từ tháng

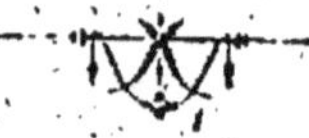

SAIGON
IMPRIMERIE J. VIỆT

1917